Impressum
Verlag: BABADADA GmbH, Nedderfeld 112 , 22529 Hamburg
Geschäftsführer / Verlagsleitung: Harald Hof
Druck: Books on Demand GmbH, In de Tarpen 42, 22848 Norderstedt

Imprint
Publisher: BABADADA GmbH, Nedderfeld 112 , 22529 Hamburg, Germany
Managing Director / Publishing direction: Harald Hof
Print: Books on Demand GmbH, In de Tarpen 42, 22848 Norderstedt

shule

skole

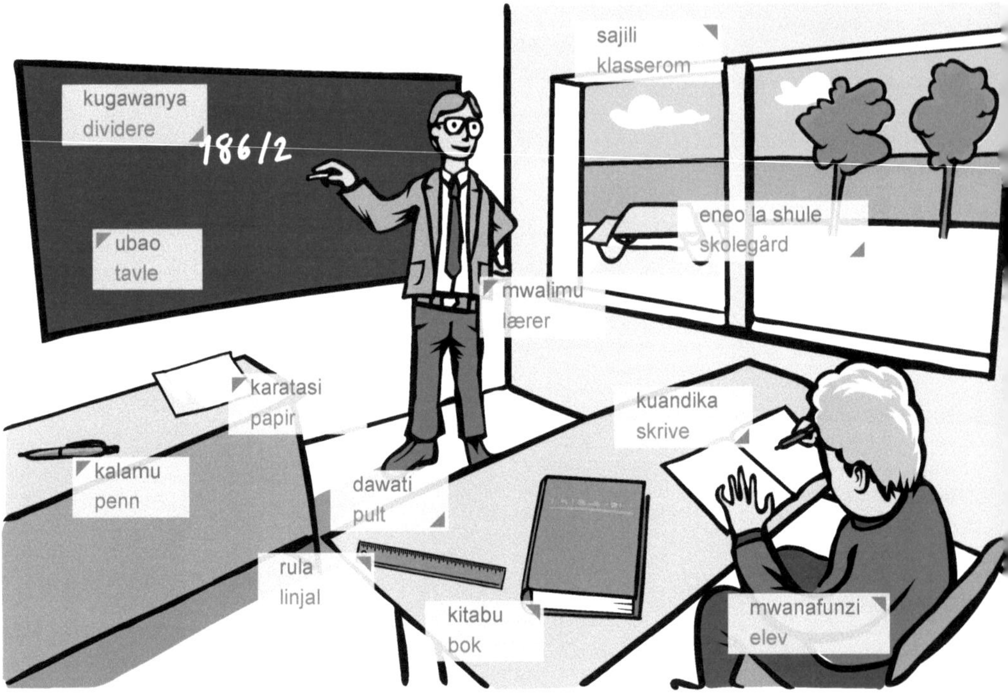
sajili
klasserom
kugawanya
dividere
186/2
ubao
tavle
eneo la shule
skolegård
mwalimu
lærer
karatasi
papir
kuandika
skrive
kalamu
penn
dawati
pult
rula
linjal
kitabu
bok
mwanafunzi
elev

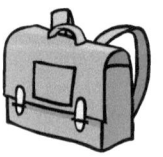

mkoba

ransel

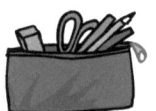

kikasha cha penseli

penal

penseli

blyant

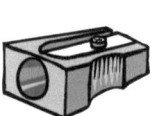

kichonga penseli

blyantspisser

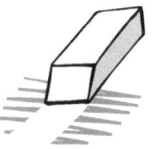

mpira

viskelær

pedi ya kuchora

tegneblokk

uchoraji

tegning

brashi ya rangi

pensel

sanduku la rangi

malerskrin

mkasi

saks

gundi

lim

daftari

arbeidsbok

kazi ya nyumbani

lekse

nambari

tall

jumlisha

addere

ondoa

subtrahere

zidisha

multiplisere

kokotoa

regne

barua

bokstav

alfabeti

alfabet

neno

ord

maandishi

tekst

kusoma

lese

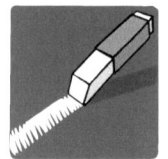

chaki

kritt

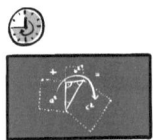

somo

skoletime

sajili

klassebok

uchunguzi

eksamen

cheti

vitnemål

sare za shule

skoleuniform

elimu

utdannelse

elezo

leksikon

chuo kikuu

universitet

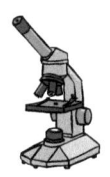

darubini

mikroskop

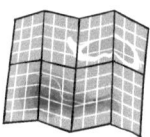

ramani

kart

kikapu cha kuweka karatasi
chafu

papirkurv

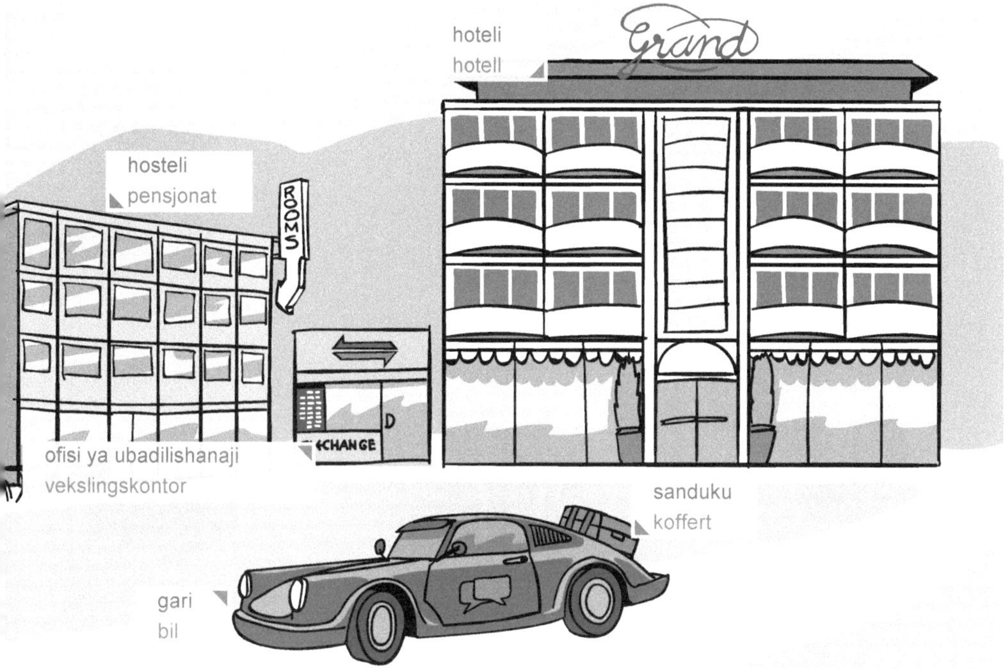

hoteli
hotell
Grand
hosteli
pensjonat
ROOMS
EXCHANGE
ofisi ya ubadilishanaji
vekslingskontor
sanduku
koffert
gari
bil

lugha

språk

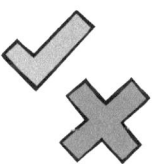

ndiyo / la

ja / nei

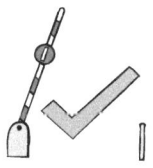

sawa

okay

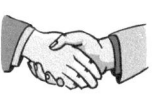

hujambo

Hei

mtafsiri

tolk

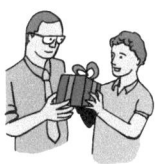

Asante

takk skal du ha

kiasi gani ni ...?

Hva koster...?

Sielewi

Jeg forstår ikke

tatizo

problem

Jioni njema!

God kveld!

Habari za asubuhi!

God morgen!

Usiku mwema!

God natt!

kwa heri

ha det bra

mwelekeo

retning

mizigo

bagasje

mfuko

veske

shanta

ryggsekk

mgeni

gjest

chumba

rom

begi la kulalia

sovepose

hema

telt

taarifa ya utalii

turistinformasjon

ufuo

strand

kadi

kredittkort

kifunguakinywa

frokost

chakula cha mchana

lunsj

chakula cha jioni

middag

tiketi

billett

kuinua

heis

muhuri

stempel

mpaka

grense

mila

toll

ubalozi

ambassade

visa

visum

pasipoti

pass

usafiri
transport

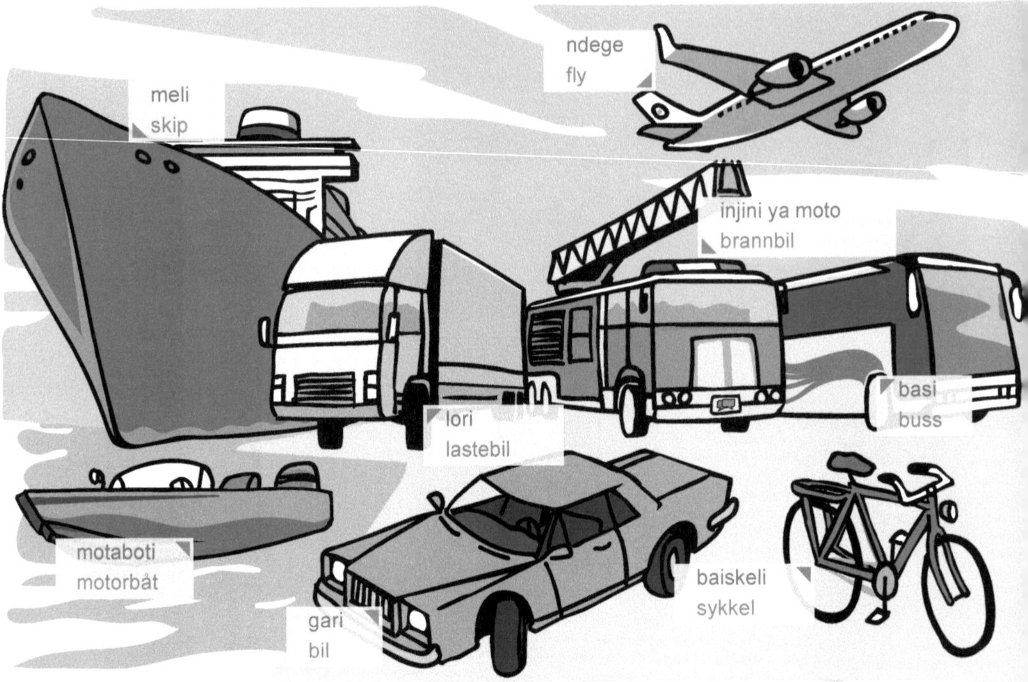
ndege
fly
meli
skip
injini ya moto
brannbil
basi
buss
lori
lastebil
motaboti
motorbåt
baiskeli
sykkel
gari
bil

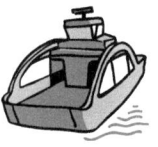

feri
ferge

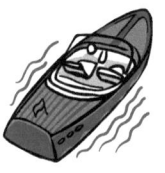

mashua
båt

pikipiki
motorsykkel

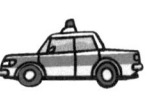

gari la polisi
politibil

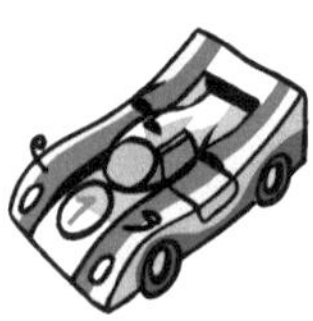

gari la mashindano
racerbil

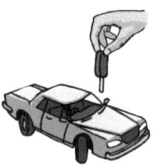

gari la kukodisha
leiebil

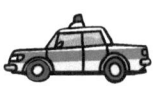

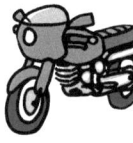

kushiriki gari

bilkollektiv

lori la kuvuta

bergingsbil

ukusanyaji taka

søppelbil

motor

motor

mafuta

brennstoff

kituo cha mafuta

bensinstasjon

ishara trafiki

trafikkskilt

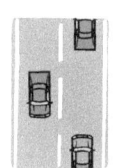

trafiki

trafikk

msongamano

trafikkork

maegesho

parkeringsplass

kituo cha trenl

togstasjon

reli

skinne

garimoshi

tog

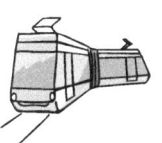

tremu

trikk

gari la mizigo

vogn

helikopta

helikopter

uwanja wa ndege

flyplass

mnara

tårn

abiria

passasjer

chombo

konteiner

katoni

kartong

mkokoteni

tralle

kikapu

kurv

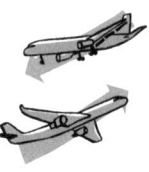

ondoka

starte / lande

jiji
by

kijiji

landsby

katikati ya jiji

sentrum

nyumba

hus

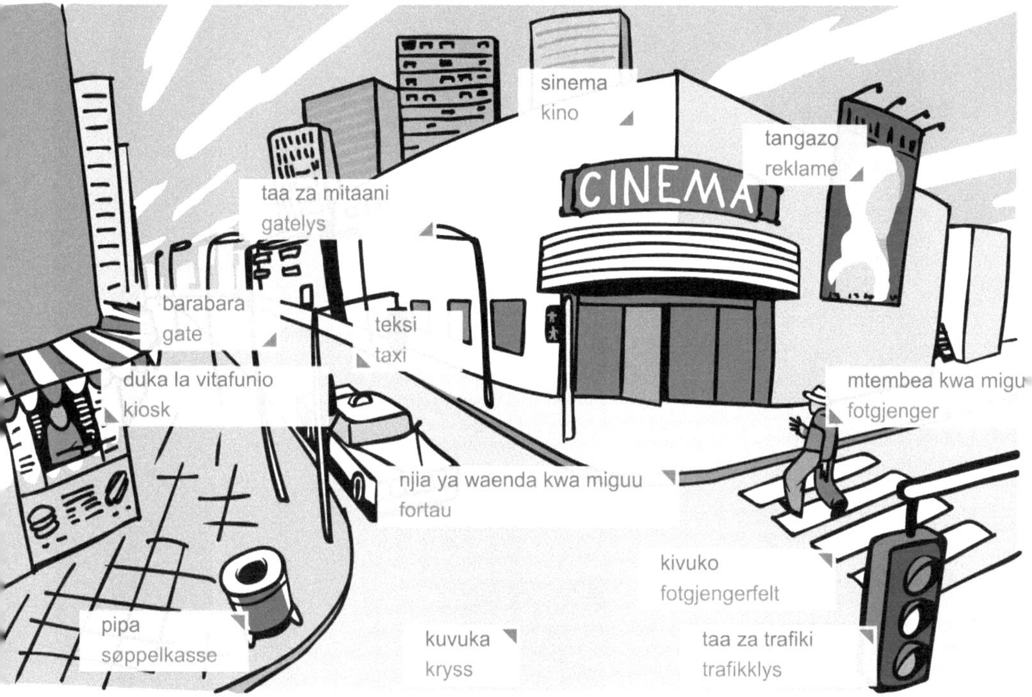

sinema
kino

tangazo
reklame

taa za mitaani
gatelys

CINEMA

barabara
gate

teksi
taxi

duka la vitafunio
kiosk

mtembea kwa migu
fotgjenger

njia ya waenda kwa miguu
fortau

kivuko
fotgjengerfelt

pipa
søppelkasse

kuvuka
kryss

taa za trafiki
trafikklys

kibanda

hytte

gorofa

leilighet

kituo cha treni

togstasjon

ukumbi wa mji

rådhus

Makavazi

museum

shule

skole

chuo kikuu

universitet

benki

bank

hospitali

sykehus

hoteli

hotell

duka la dawa

apotek

ofisi

kontor

duka la kitabu

bokhandel

duka

butikk

duka la maua

blomsterbutikk

dukakuu

matbutikk

soko

marked

idara ya kuhifadhi

varehus

mwuza samaki

fiskehandler

kituo cha ununuzi

kjøpesenter

bandari

havn

Hifadhi
park

benki
benk

daraja
bro

vidato
trapp

chini ya ardhi
t-bane

handaki
tunnel

kituo cha mabasi
busstopp

bar
bar

mgahawa
restaurant

sanduku la posta
postkasse

ishara ya barabara
gateskilt

mita ya maegesho
parkometer

bustani ya wanyama
dyrehage

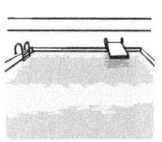

kidimbwi cha kuogelea
svømmebasseng

msikiti
moské

shamba

bondegård

uchafuzi

miljøforurensing

makaburini

kirkegård

kanisa

kirke

uwanja wa michezo

lekeplass

hekalu

tempel

mazingira
landskap

jani
blad

ishara ya mwelekeo
veiviser

njia
vei

malisho
eng

jiwe
stein

mtembeaji wa masafa
turgåer

mti
tre

mto
elv

nyasi
gress

ua
blomst

bonde
dal

kilima
fjell

ziwa
innsjø

msitu
skog

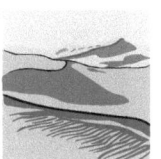

jangwa
ørken

volkano
vulkan

ngome
slott

upinde wa mvua
regnbue

uyoga
sopp

mtende
palmetre

mbu
mygg

kuruka
flue

chungu
maur

nyuki
bie

buibui
edderkopp

mende

bille

chura

frosk

kuchakuro

ekorn

nungunungu

piggsvin

sungura

hare

bundi

ugle

ndege

fugl

swan

svane

nguruwe mwitu

villsvin

kulungu

hjort

aina ya kongoni

elg

bwawa

demning

tabo ya upepo

vindturbin

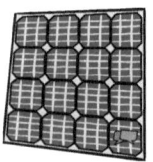

nishaji ya jua

solcellepanel

hali ya hewa

klima

mgahawa

restaurant

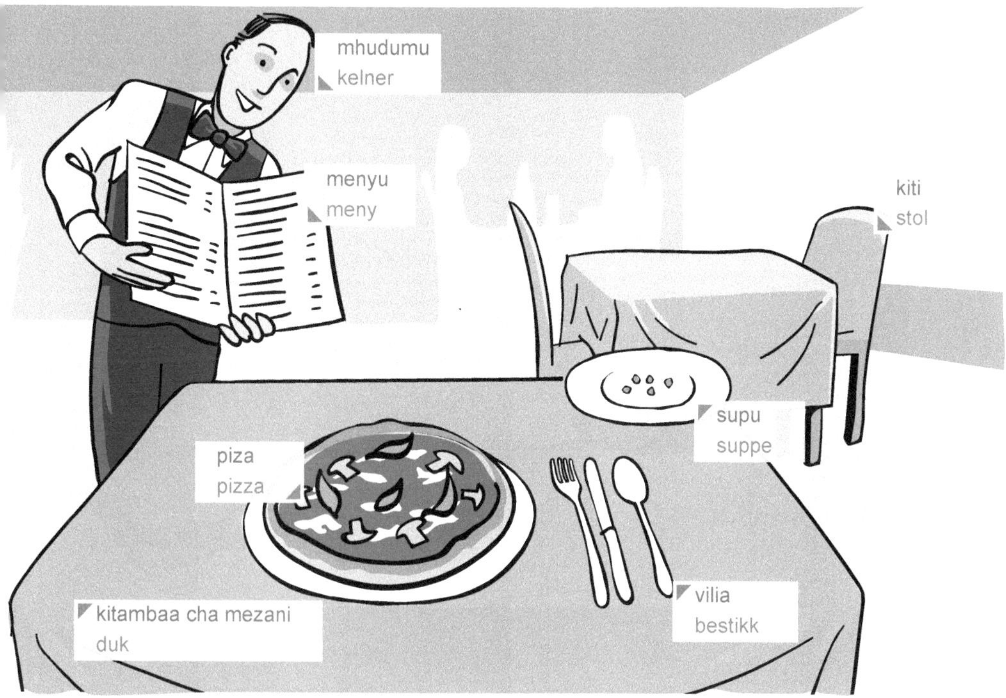

mhudumu
kelner
menyu
meny
kiti
stol
supu
suppe
piza
pizza
kitambaa cha mezani
duk
vilia
bestikk

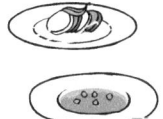

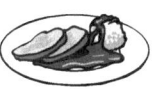

kiamsha hamu

forrett

kozi kuu

hovedrett

kitindamlo

dessert

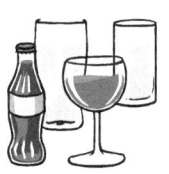

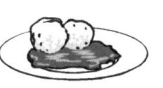

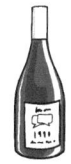

vinywaji

drikkevarer

chakula

mat

chupa

flaske

chakula cha haraka

hurtigmat

Streetfood

gatemat

buli

tekanne

kisanduku cha sukari

sukkerskål

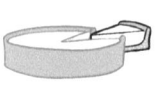

sehemu

porsjon

mashine ya espresso

espressomaskin

kiti kirefu

barnestol

muswada

regning

trei

brett

kisu

kniv

uma

gaffel

kijiko

skje

kijiko cha chai

teskje

nepi

serviett

glasi

glass

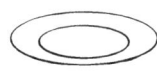

sahani

tallerken

sahani ya supu

suppetallerken

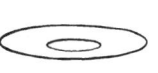

sufuria

skal

mchuzi

saus

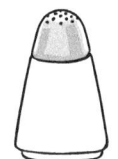

kichanyaji chumvi

saltbøsse

kinu cha pilipili

pepperkvern

siki

eddik

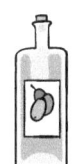

mafuta

olje

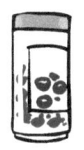

viungo

krydder

kechapu

ketchup

haradali

sennep

kachumbari nzito

majones

dukakuu
matbutikk

ofa maalum
tilbud
FOR
mteja
kunde
maziwa
meieriprodukt
matunda
frukt
toroli
handlevogn

BUTCHERS

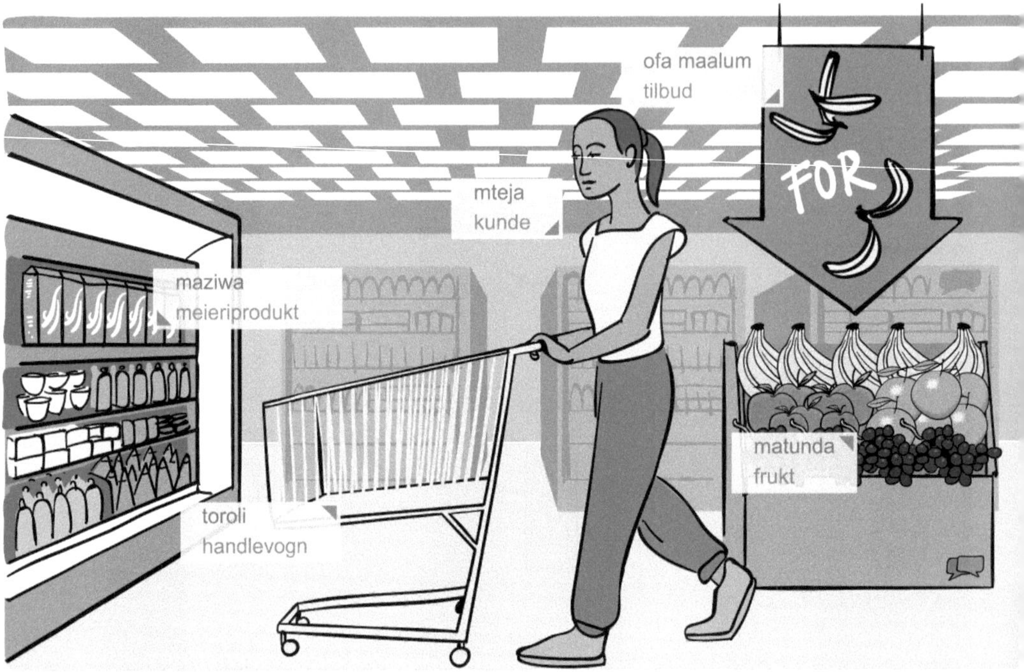

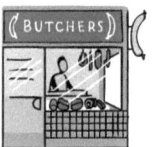

mchinjaji

slakter

BAKERY

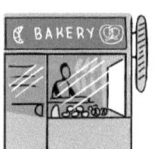

mwokaji

bakeri

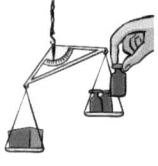

uzito

veie

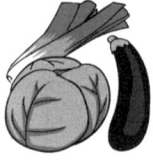

mboga

grønnsaker

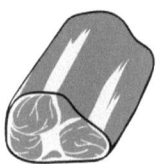

nyama

kjøtt

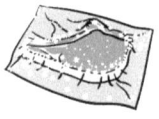

chakula waliohifadhiwa

frysevarer

pande vya nyama baridi

oppskaret palegg

chakula cha kopo

hermetikk

sabuni ya unga

vaskepulver

pipi

godteri

bidhaa za kaya

husholdningsprodukter

bidhaa za kusafisha

rengjøringsmidler

mtu mauzo

butikkmedarbeider

mpaka

kassaapparat

keshia

kasserer

orodha ya manunuzi

handleliste

masaa ya ufunguzi

apningstider

mkoba

lommebok

kadi

kredittkort

mfuko

veske

mfuko wa plastiki

plastpose

maji

vann

sharubati

juice

maziwa

melk

coke

cola

mvinyo

vin

bia

øl

pombe

alkohol

kakao

kakao

chai

te

kahawa

kaffe

spreso

espresso

kapuchino

cappuccino

ndizi

banan

tufaha

eple

machungwa

appelsin

tikiti

melon

lemon

sitron

karoti

gulrot

kitunguu saumu

hvitløk

mianzi

bambus

kitunguu

løk

uyoga

sopp

karanga

nøtter

nudo

nudler

spageti

spagetti

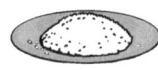

mpunga

ris

saladi

salat

vibanzi

pommes frites

viazi vya kukaanga

stekte poteter

piza

pizza

hambaga

hamburger

sandwichi

sandwich

kipande

biff

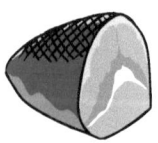

paja la mnyama

skinke

salami

salami

soseji

pølse

kuku

kylling

choma

stek

samaki

fisk

oats ya uji

havregryn

muesli

müsli

cornflakes

cornflakes

unga

mel

kroisanti

croissant

andazi

rundstykke

mkate

brød

mkate wa kubanika

ristet brød

biskuti

kjeks

siagi

smør

maziwa mgando

kvarg

keki

kake

yai

egg

yai kukaanga

speilegg

jibini

ost

aiskrimu

iskrem

sukari

sukker

asali

honning

jemu

syltetøy

kuenea kwa chokoleti

sjokoladepålegg

mchuzi wa viungo

karri

chakula - mat

shamba
bondegård

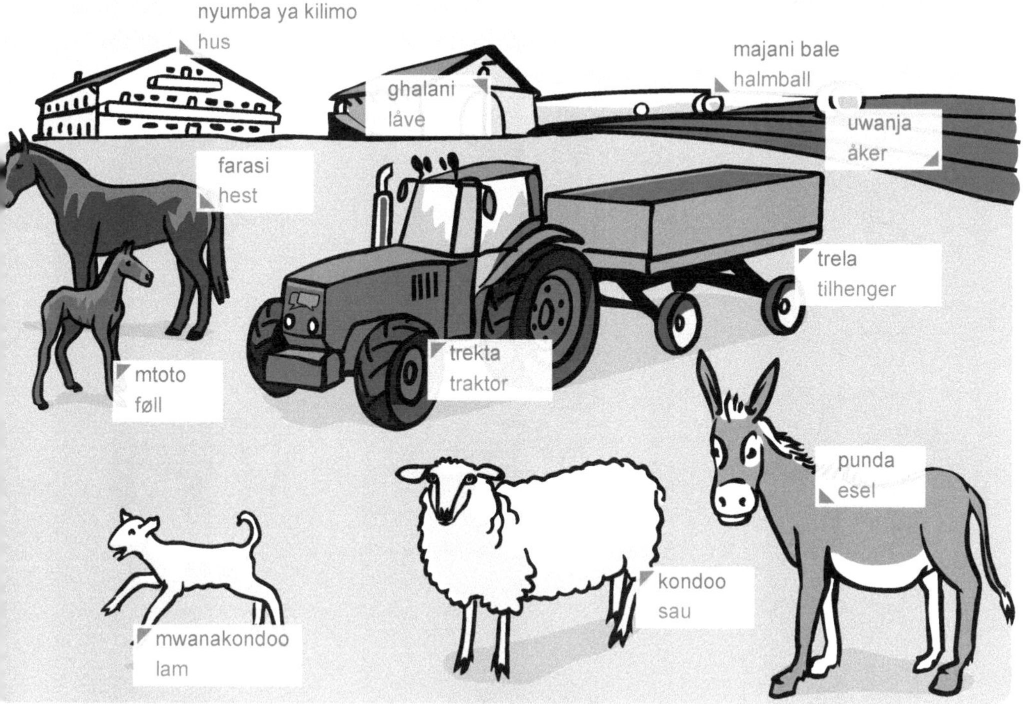
nyumba ya kilimo
hus
majani bale
halmball
ghalani
låve
uwanja
åker
farasi
hest
trela
tilhenger
trekta
traktor
mtoto
føll
punda
esel
kondoo
sau
mwanakondoo
lam

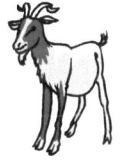

mbuzi

geit

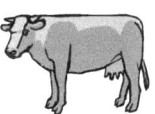

ng'ombe

ku

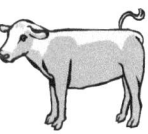

ndama

kalv

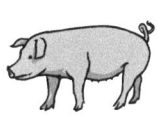

nguruwe

gris

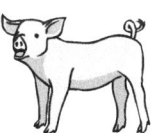

mwananguruwe

grisunge

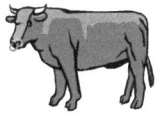

fahali

okse

batabukini

gås

bata

and

kifaranga

kylling

kuku

høne

jogoo

hane

panya

rotte

paka

katt

panya

mus

ng'ombe

okse

mbwa

hund

nyumba ya mbwa

hundehus

bomba la bustani

hageslange

debe la kumwagilia maji

vannkanne

fyekeo

ljå

kulima

plog

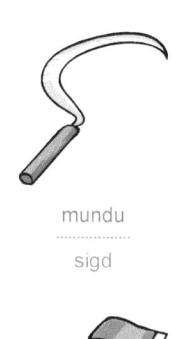

mundu
sigd

jembe
hakke

uma wa nyasi
høygaffel

shoka
øks

toroli
trillebår

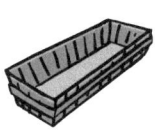

kupitia nyimbo
trau

chombo cha maziwa
melkekanne

gunia
sekk

ua
gjerde

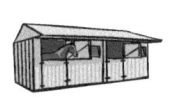

imara
fjøs

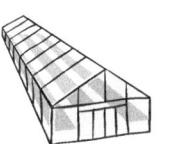

chafu
drivhus

udongo
jord

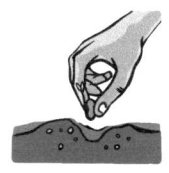

mbegu
frø

mbolea
gjødsel

kivunaji
skurtresker

mavuno
høste

mavuno
innhøsting

viazi vikuu
yams

ngano
hvete

soya
soja

viazi
potet

mahindi
mais

rapa
raps

mti wa matunda
frukttre

muhogo
kassava

nafaka
korn

nyumba
hus

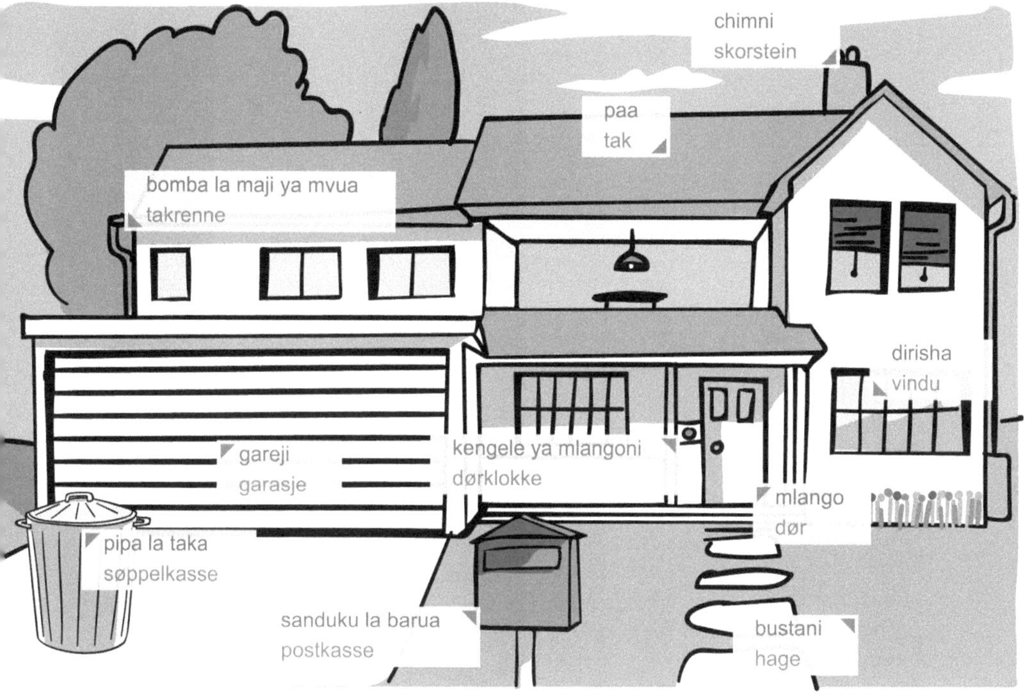

chimni
skorstein
paa
tak
bomba la maji ya mvua
takrenne
dirisha
vindu
gareji
garasje
kengele ya mlangoni
dørklokke
mlango
dør
pipa la taka
søppelkasse
sanduku la barua
postkasse
bustani
hage

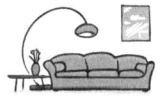

sebuleni

stue

bafu

bad

jikoni

kjøkken

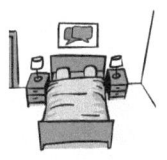

chumba cha kulala

soverom

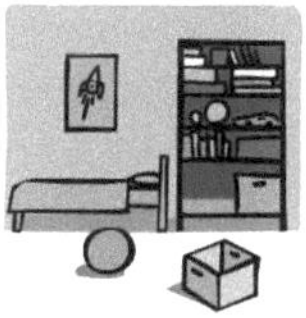

chumba ya mtoto

barnerom

chumba cha kulia

spisestue

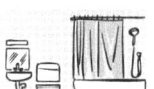

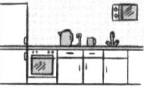

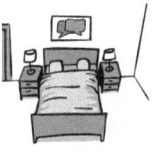

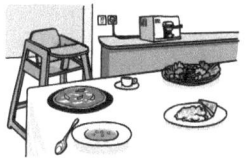

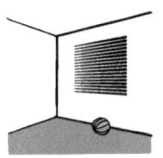

sakafu

gulv

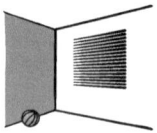

ukuta

vegg

dari

tak

pishi

kjeller

sauna

badstue

roshani

balkong

mtaro

terrasse

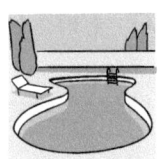

kidimbwi

svømmebasseng

mashine ya kukata nyasi

gressklipper

karatasi

laken

kitambaa cha kupamba
kitanda

dyne

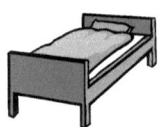

kitanda

seng

ufagio

kost

ndoo

bøtte

kubadili

bryter

sebuleni
stue

mandhari
tapet
picha
bilde
taa
lampe
rafu
hylle
kabati
skap
televisheni/runinga
tv
mekoni
peis
ua
blomst
mto
pute
sofa
sofa
chombo cha maua
vase
kitenzambali
fjernkontroll

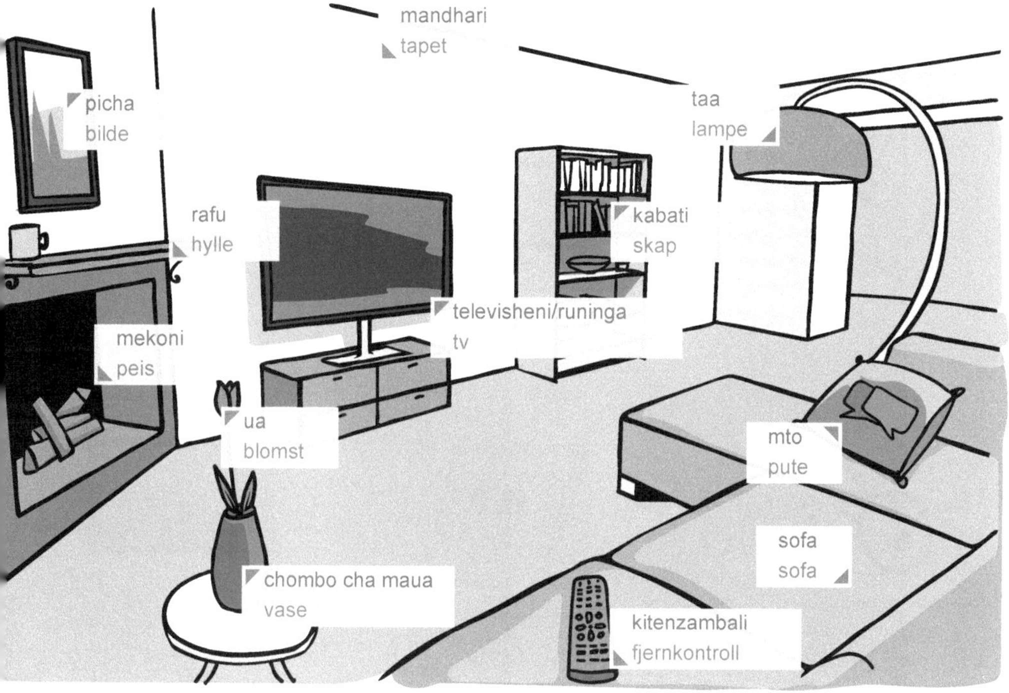

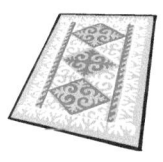

zulia

gulvteppe

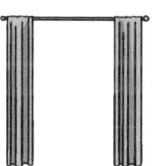

pazia

gardin

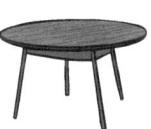

meza

bord

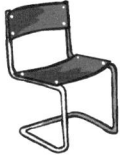

kiti

stol

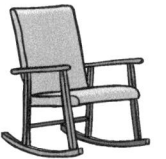

kiti cha bembea

gyngestol

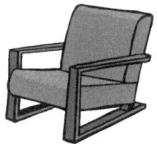

armchair

lenestol

kitabu

bok

blanketi

teppe

mapambo

dekorasjon

kuni

ved

filamu

film

kifaa cha hi-fi

stereoanlegg

ufunguo

nøkkel

gazeti

avis

uchoraji

maleri

bango

plakat

redio

radio

daftari

notatblokk

kifyonza

støvsuger

dungusi kakati

kaktus

mshumaa

lys

jikoni
kjøkken

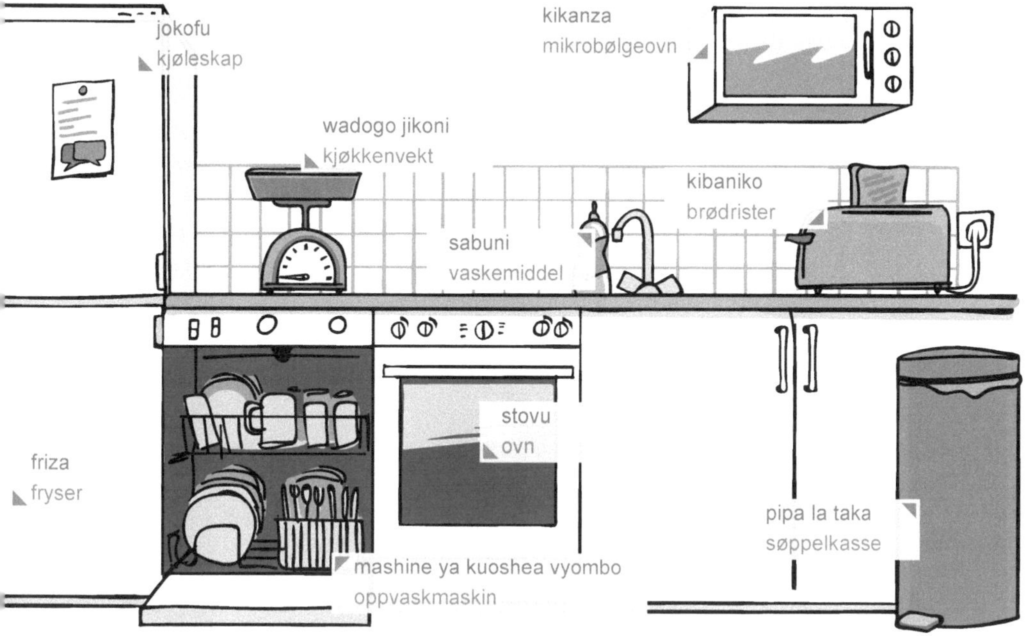
jokofu
kjøleskap
kikanza
mikrobølgeovn
wadogo jikoni
kjøkkenvekt
kibaniko
brødrister
sabuni
vaskemiddel
stovu
ovn
friza
fryser
pipa la taka
søppelkasse
mashine ya kuoshea vyombo
oppvaskmaskin

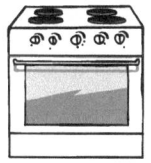

jiko la kupika
komfyr

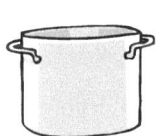

chungu
gryte

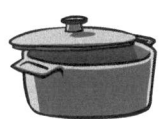

sufuria ya chuma
jerngryte

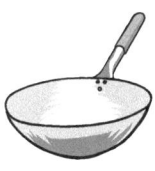

wok / kadai
wokpanne

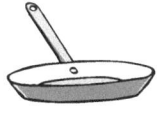

kaango
panne

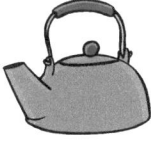

birika
vannkoker

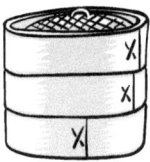

stima
dampovn

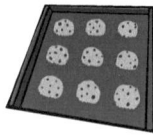

sinia ya kuoka
stekebrett

vyombo vya udongo
servise

kombe
krus

bakuli
bolle

vijiti vya kulia
spisepinner

ukawa
øse

mwiko mpana
stekespade

burashi
visp

kichujio
sil

chujio
sil

mbuzi
rivjern

chokaa
mørtel

barbeque
grill

moto wazi
bål

ubao wa majaribio
skjærefjøl

kijiti cha kusukuma unga
kjevle

kizibuo
korketrekker

kopo
boks

inaweza kopo
boksapner

kishikio cha chungu
gryteklut

karo
vask

brashi
børste

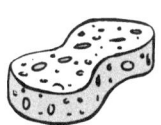
sifongo
svamp

kisagaji matunda
blender

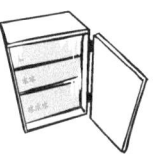
friji ya kina
fryseboks

chupa ya mtoto
tateflaske

bomba
kran

joto
varme

mfereji wa kuogea
dusj

taulo
håndkle

pazia la kuogea
dusjforheng

maji ya kuoga yenye povu
skumbad

hodhi
badekar

glasi
glass

mashine ya kuosha
vaskemaskin

bomba
kran

vigae
fliser

poti
potte

karo
vask

choo

toalett

choo cha squat

ståtoalett

beseni la mviringo

bidet

choo cha umma

pissoar

shashi

toalettpapir

brashi ya choo

toalettbørste

mswaki

tannbørste

dawa ya meno

tannkrem

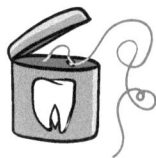

dawa ya meno

tanntrad

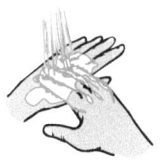

safisha

vaske

kuoga mkono

handdusj

msukumo wa maji

intimdusj

bonde

oppvaskbalje

mpako wa pili

ryggbørste

sabuni

såpe

jeli ya kuogea

dusjsåpe

shampuu

sjampo

flana

vaskeklut

toa maji

avløp

krimu

krem

kiondoa harufu

deodorant

kioo

speil

kioo mkono

håndspeil

kinyozi

barberhøvel

povu la kunyoa

barberskum

baada ya kunyoa

barberingsvann

kichana

kam

brashi

børste

kikausha nywele

hårføner

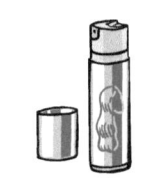

marashi ya nyewele

hårspray

vipodozi

sminke

kidomwa

lebestift

varnish ya msumari

neglelakk

pamba

bomullsdott

mkasi wa kucha

neglesaks

manukato

parfyme

bafu - bad

mkoba wa kuosha

toalettmappe

kinyesi

krakk

mizani

vekt

nguo ya kuoga

badekape

glavu za mpira

gummihansker

kisodo

tampong

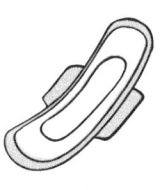

sodo

sanitetsbind

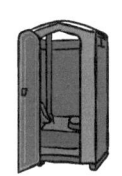

kemikali choo

kjemisk toalett

chumba ya mtoto
barnerom

saa ya kengele
vekkerklokke
kidoli cha kupakata
kosedyr
gari bandia
lekebil
kelele
rangle
chumba cha midoli
dukkehus
sasa
gave

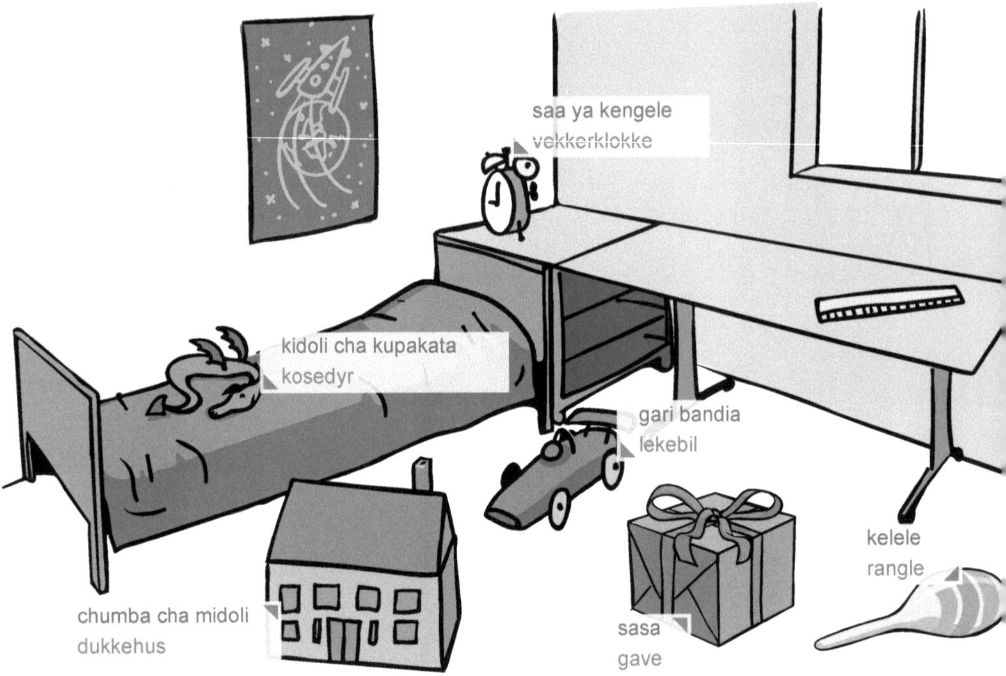

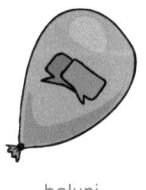

baluni

ballong

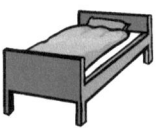

kitanda

seng

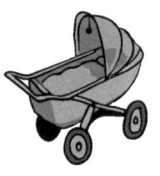

mashua

barnevogn

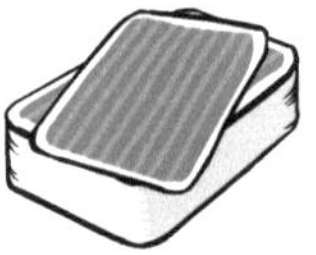

staha ya kadi

kortstokk

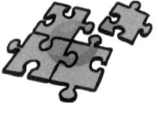

mchezo-fumb

puslespill

SUPER MEGA

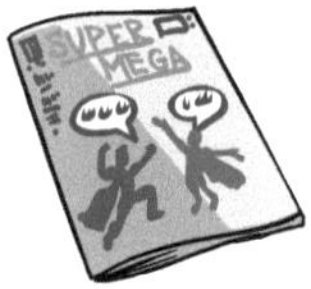

vichekesho

tegneserie

matofali lego

lego klosser

vitalu mwigo

byggeklosser

hatua takwimu

actionfigur

suti ya kulalia

sparkebukse

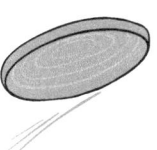

kisahani

frisbee

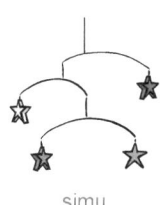

simu

uro

ubao wa michezo

brettspill

kete

terning

garimoshi mwigo

togbane

dummy

smokk

chama

fest

picha kitabu

bildebok

mpira

ball

kikaragosi

dukke

kucheza

leke

shimo la mchanga
sandkasse

bembea
gynge

vitu bandia
leketøy

kiweko cha video ya mchezo
spillekonsoll

baiskeli ya magurudumu
trehjulssykkel
matatu

mwanasesere
bamse

kabati
garderobeskap

nguo

klær

soksi
sokker

stokingi
strømper

kibano
strømpebukse

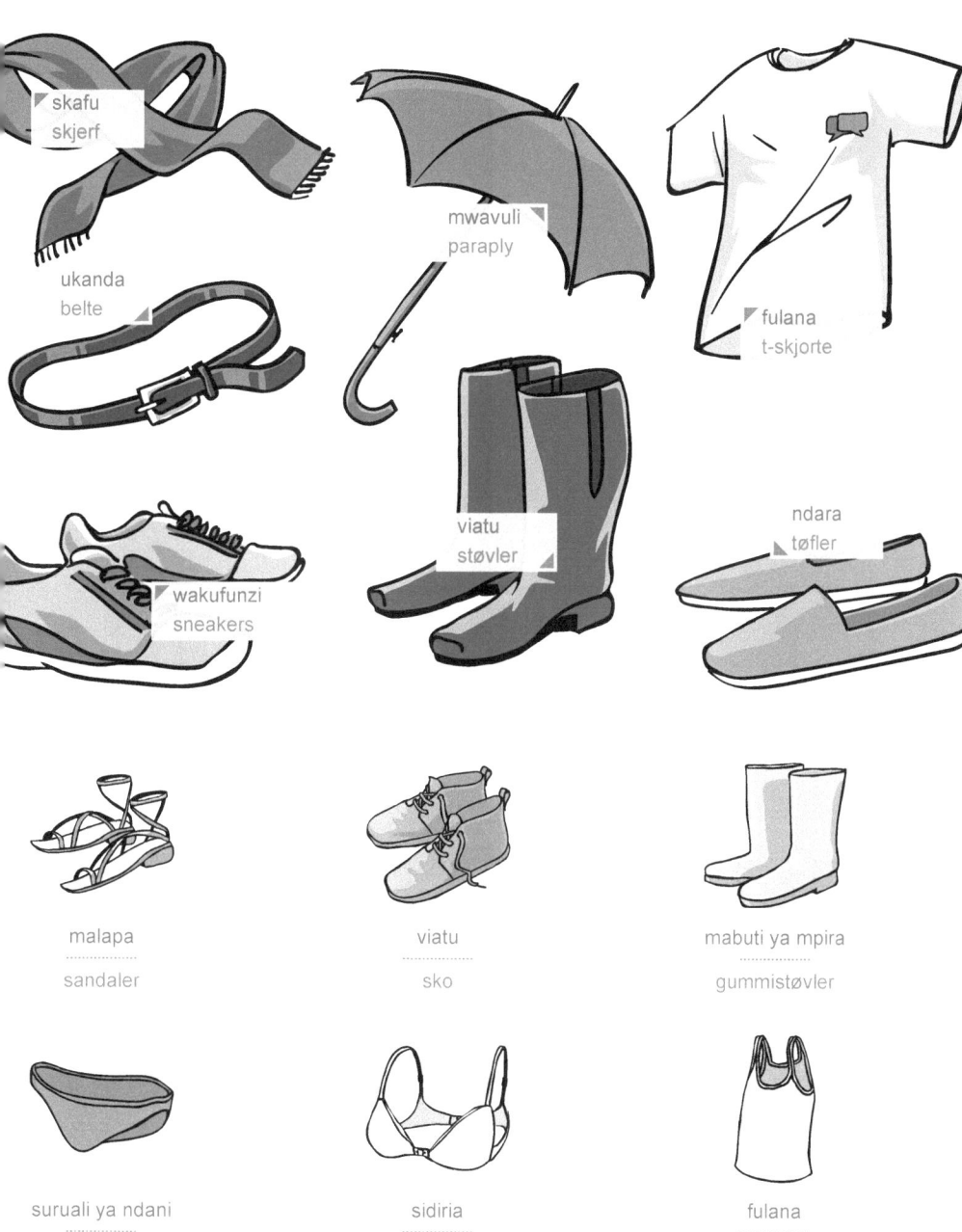

skafu
skjerf

ukanda
belte

mwavuli
paraply

fulana
t-skjorte

wakufunzi
sneakers

viatu
støvler

ndara
tøfler

malapa
sandaler

viatu
sko

mabuti ya mpira
gummistøvler

suruali ya ndani
underbukse

sidiria
BH

fulana
undertrøye

mwili

body

suruali

bukse

dangirizi

dongeribukse

sketi

skjørt

blauzi

bluse

shati

skjorte

vuta

genser

sweta

hettegenser

bleza

dressjakke

jaketi

jakke

koti

kåpe

koti la mvua

regnjakke

maleba

drakt

gauni

kjole

mavazi ya harusi

brudekjole

suti

dress

vazi la usiku

nattkjole

pajama

pyjamas

sari

sari

skafu

skaut

kilemba

turban

burka

burka

kaftan

kaftan

abaya

abaya

vazi la kuogelea

badedrakt

vazi la kiume la kuogelea

badebukse

kaptura

shorts

teitei

treningsklær

aproni

forkle

glavu

handske

kifungo

knapp

glasi

brille

bangili

armbånd

mkufu

kjede

pete

ring

herini

øredobb

kofia

lue

kiango cha koti

kleshenger

kofia

hatt

tai

slips

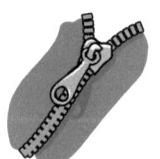

zipu

glidelås

kofia

hjelm

kanda za suruali

bukseseler

sare za shule

skoleuniform

sare

uniform

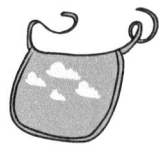

bibu

smekke

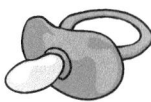

dummy

smokk

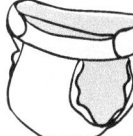

nepi

bleie

ofisi
kontor

seva
server
kabati la kuweka faili
arkivskap
kichapishaji
skriver
karatasi
papir
kiwambo
skjerm
kipanya
mus
dawati
pult
folda
perm
kibodi
tastatur
cha kuweka karatasi chafu
rv
kiti
stol
kompyuta
datamaskin

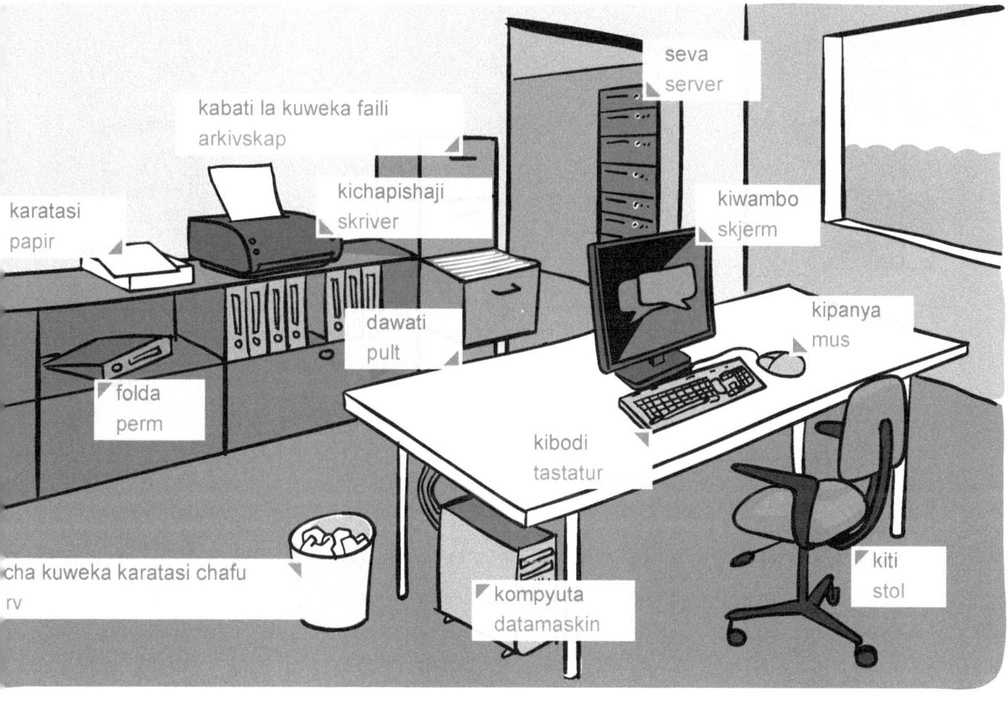

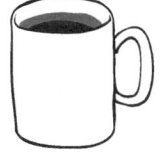

kmobe la kahawa

kaffekopp

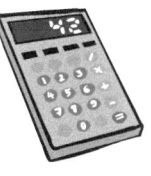

kikokotoo

kalkulator

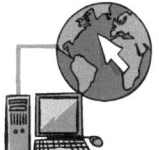

biashara

internett

mbali

bærbar pc

barua

brev

ujumbe

beskjed

rununu

mobiltelefon

intaneti

nettverk

fotokopia

kopimaskin

programu

programvare

simu

telefon

soketi

stikkontakt

kipepesi

faksmaskin

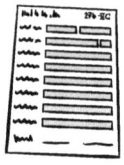

fomu

skjema

hati

dokument

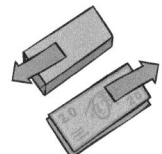

kununua

kjøpe

kulipa

betale

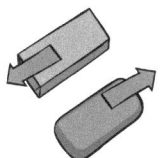

biashara

handle

fedha

penger

dola

dollar

yuro

euro

yeni

yen

rouble

rubel

faranga ya Uswisi

sveitserfranc

renminbi yuan

renminbi

rupia

rupi

eneo la kulipia

minibank

ofisi ya ubadilishanaji

vekslingskontor

dhahabu

gull

fedha

sølv

mafuta

olje

nishati

energi

bei

pris

mkataba

kontrakt

kodi

avgift

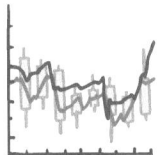

bidhaa

aksje

kazi

jobbe

mfanyakazi

ansatt

mwajiri

arbeitsgiver

kiwanda

fabrikk

duka

butikk

uchumi - økonomi

kazi
yrker

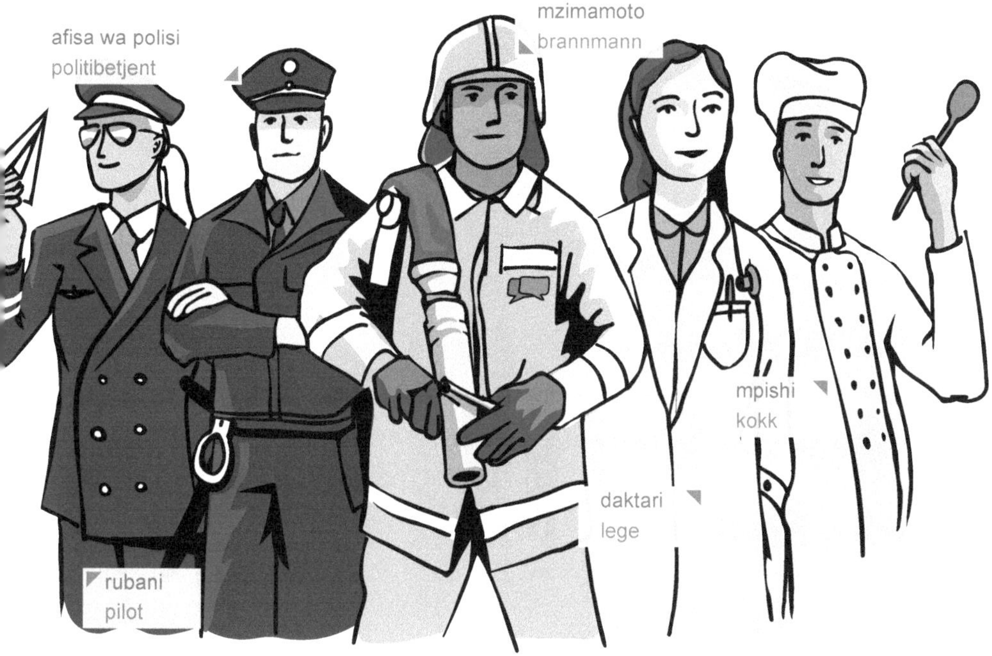

afisa wa polisi
politibetjent
mzimamoto
brannmann
mpishi
kokk
daktari
lege
rubani
pilot

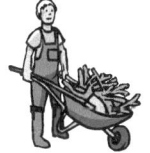

mtunza bustani

gartner

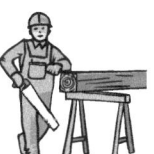

seremala

snekker

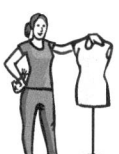

mshonaji

syerske

hakimu

dommer

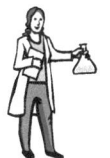

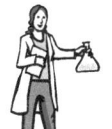

mwanakemia

kjemiker

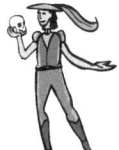

muigizaji

skuespiller

dereva wa basi
bussjåfør

dereva wa teksi
taxisjåfør

mvuvi
fisker

mwanamke wa kusafisha
vaskedame

mwezekaji
taktekker

mhudumu
kelner

mwindaji
jeger

mchoraji
maler

mwokaji
baker

umeme
elektriker

mjenzi
bygningsarbeider

mhandisi
ingeniør

mchinjaji
slakter

fundi bomba
rørlegger

mwanaposta
postbud

mwanajeshi

soldat

msanifu majengo

arkitekt

keshia

kasserer

muuza maua

blomsterhandler

msusi

frisør

kondakta

konduktør

mekanika

mekaniker

nahodha

kaptein

daktari wa meno

tannlege

mwanasayansi

forsker

rabbi

rabbi

imamu

imam

mtawa

munk

kasisi

prest

zana
verktøy

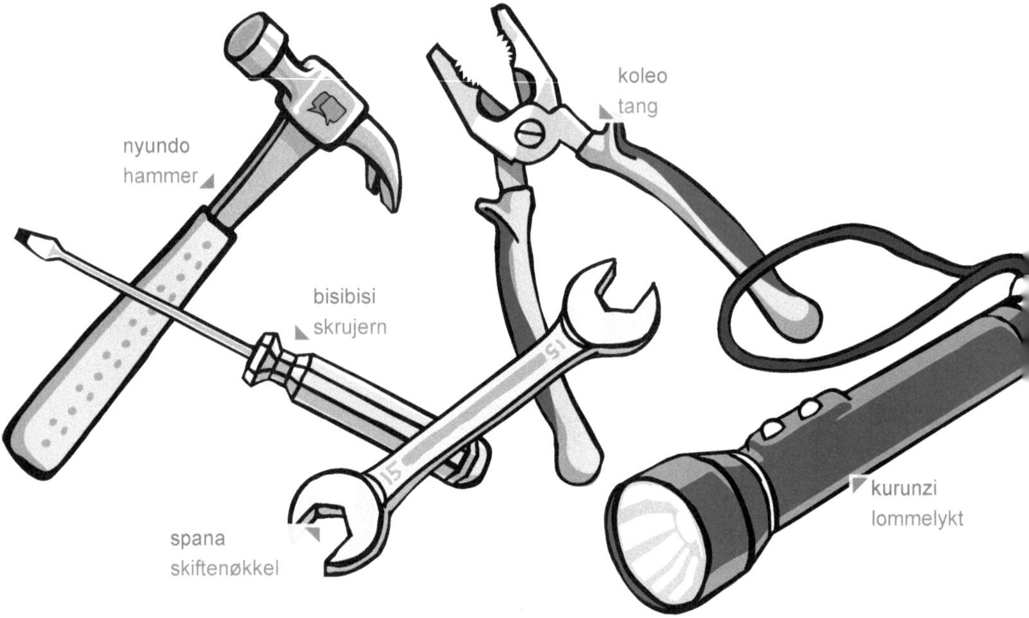
nyundo
hammer
koleo
tang
bisibisi
skrujern
spana
skiftenøkkel
kurunzi
lommelykt

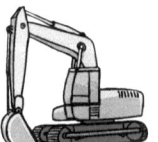

mchimbaji

gravemaskin

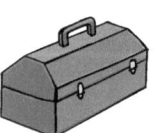

sanduku la vifaa

verktøykasse

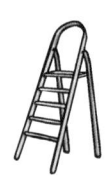

ngazi

stige

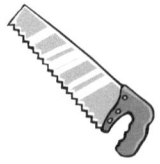

msumeno

sag

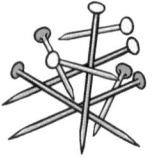

misumari

spiker

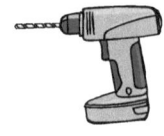

kuchimba visima

bor

kukarabati

reparere

sepetu

spade

Lo!

Søren!

kishikio cha uchafu

feiebrett

chungu cha rangi

malingsspann

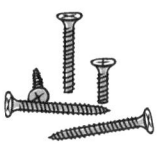

skurubu

skruer

ala za muziki

musikkinstrument

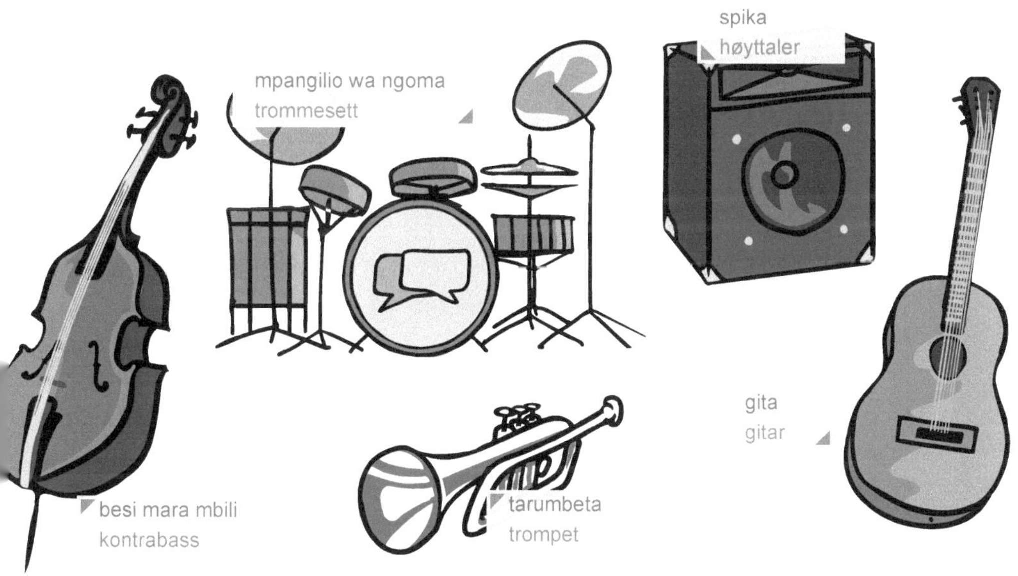

spika
høyttaler

mpangilio wa ngoma
trommesett

gita
gitar

besi mara mbili
kontrabass

tarumbeta
trompet

piano
....
piano

fidla
....
fiolin

ubeji
....
bass

timpani
....
pauke

ngoma
....
trommer

kibodi
....
keyboard

saksafoni
....
saksofon

filimbi
....
fløyte

maikrofoni
....
mikrofon

bustani ya wanyama
dyrehage

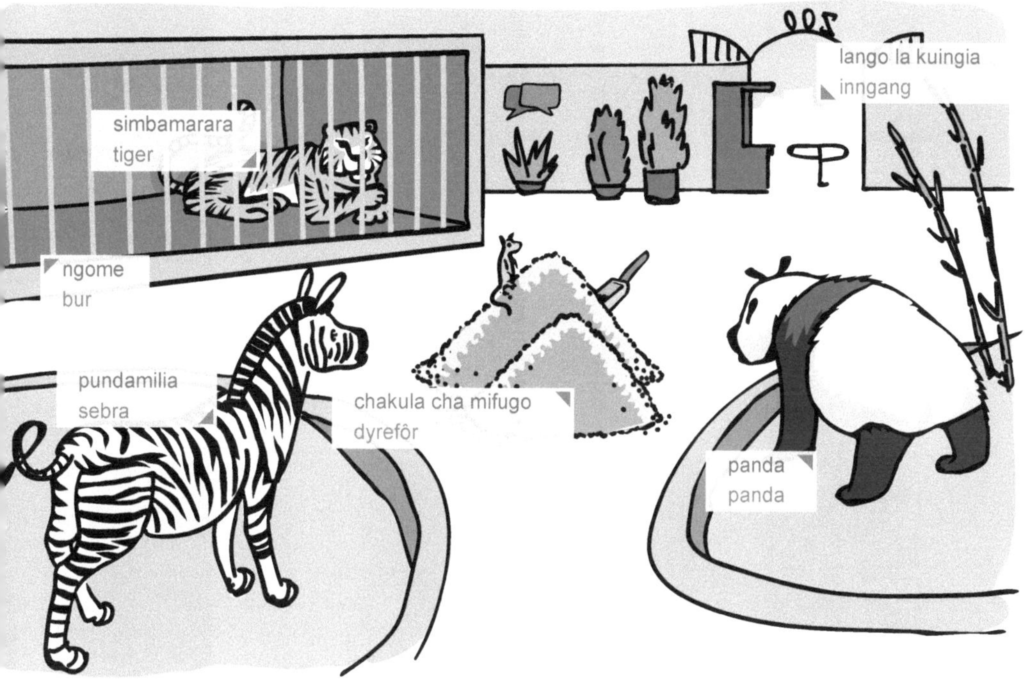
lango la kuingia
inngang
simbamarara
tiger
ngome
bur
pundamilia
sebra
chakula cha mifugo
dyrefôr
panda
panda

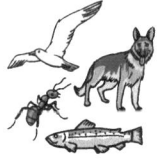

wanyama

dyr

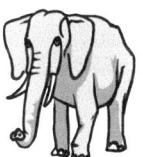

tembo

elefant

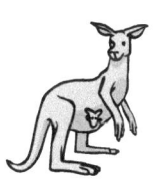

kangaruu

kenguru

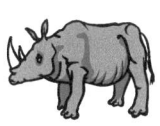

kifaru

neshorn

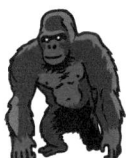

sokwe

gorilla

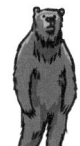

dubu

bjørn

ngamia

kamel

mbuni

struts

simba

løve

tumbili

ape

heroe

flamingo

kasuku

papegøye

dubu

isbjørn

penguini

pingvin

papa

hai

tausi

påfugl

nyoka

slange

mamba

krokodille

mtunza wanyama

dyrepasser

muhuri

sel

jaguar

jaguar

mwanafarasi
ponni

chui
leopard

kiboko
flodhest

twiga
giraff

tai
ørn

nguruwe mwitu
villsvin

samaki
fisk

kobe
skilpadde

sili
hvalross

mbweha
rev

paa
gaselle

soka ya marekani
amerikansk fotball

uendeshaji baiskeli
sykling

tenisi
tennis

mpira wa kikapu
basketball

kuogelea
svømming

ndondi
boksing

magongo ya barafuni
ishockey

soka
fotball

vinyoya
badminton

riadha
friidrett

mpira wa mikono
håndball

skii
stå på ski

polo
polo

shughuli
aktiviteter

cheka
le
kuruka
hoppe
kumbatia
klemme
kutembea
gå
kuimba
synge
ota ndoto
drømme
kuomba
be
busu
kysse

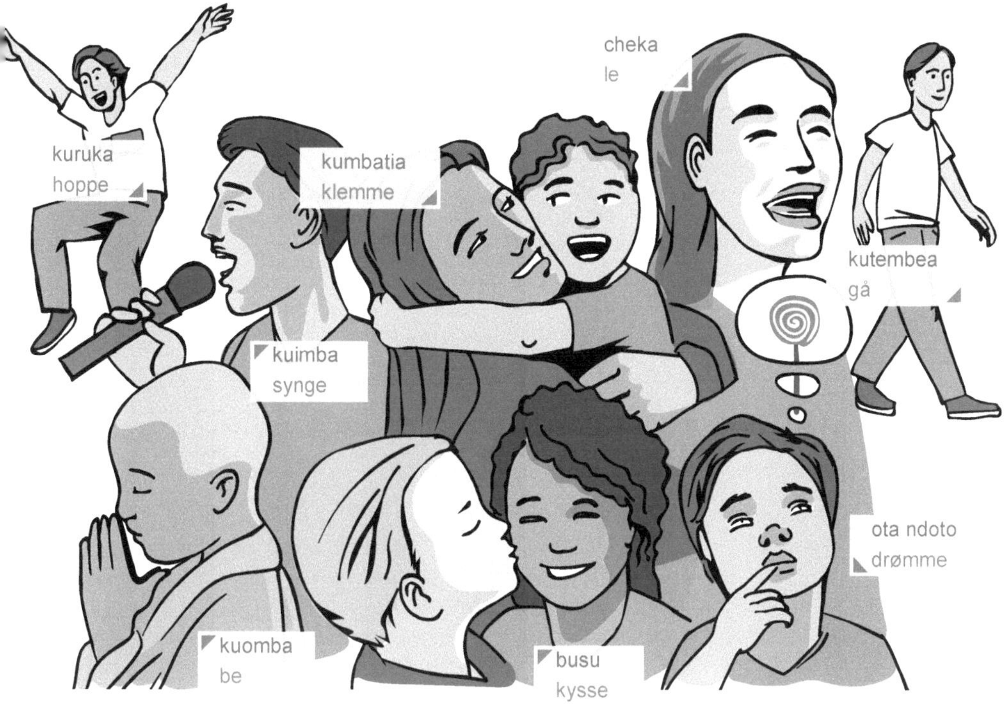

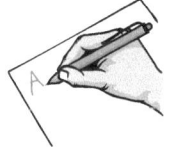

kuandika

skrive

kuteka

tegne

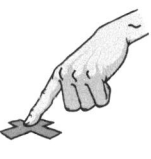

angalia

vise

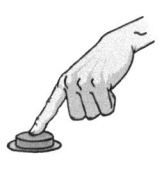

sukuma

trykke

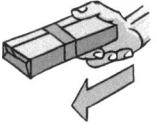

kutoa

gi

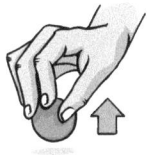

kuchukua

ta

kuwa

ha

fanya

gjøre

kuwa

være

kusimama

stå

kukimbia

løpe

vuta

dra

kutupa

kaste

kuanguka

falle

hadaa

ligge

kusubiri

vente

kubeba

bære

kukaa

sitte

vaa nguo

kle på

usingizi

sove

kuamka

våkne

kuangalia

se pa

lia

grate

kiharusi

stryke

chana nywele

gre

ongea

snakke

kuelewa

forsta

kuuliza

spørre

kusikiliza

høre

kunywa

drikke

kula

spise

nadhifisha

rydde

upendo

elske

mpishi

lage mat

gari

kjøre

kuruka

fly

meli

seile

kokotoa

regne

kusoma

lese

kujifunza

lære

kazi

jobbe

kuoa

gifte seg

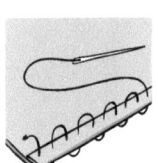

kushona

sy

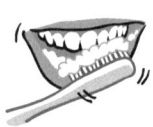

piga mswaki

pusse tenner

kuua

drepe

moshi

røyke

kutuma

sende

familia

familie

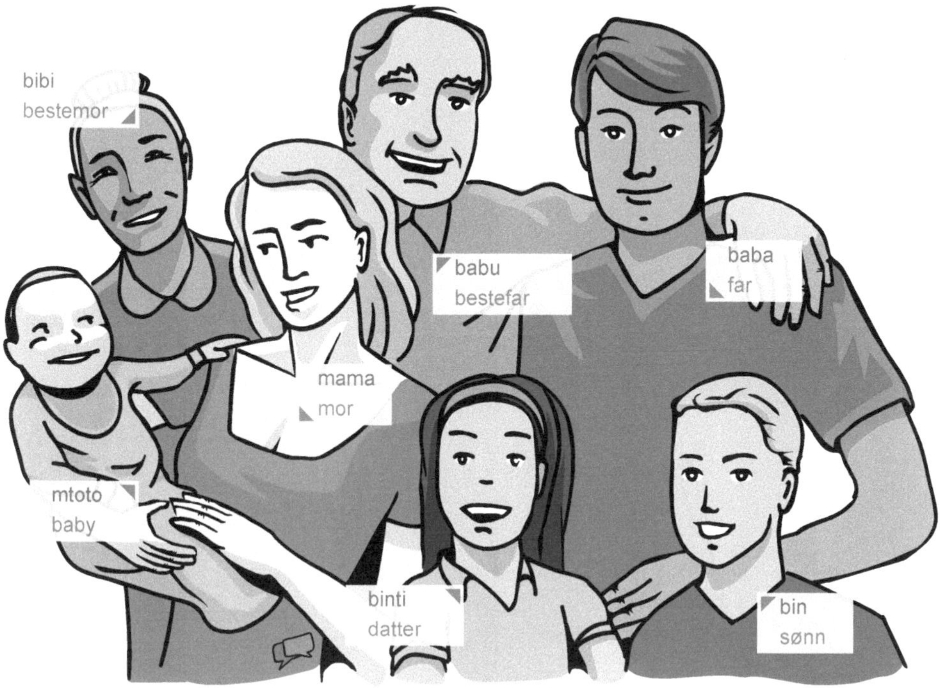
bibi
bestemor
babu
bestefar
baba
far
mama
mor
mtoto
baby
binti
datter
bin
sønn

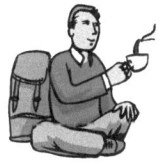

mgeni

gjest

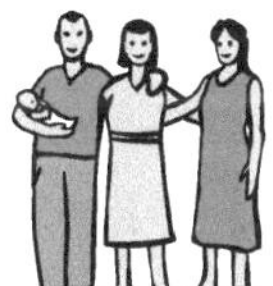

shangazi

tante

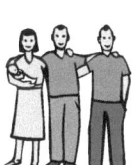

mjomba

onkel

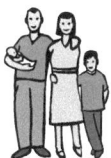

kaka

bror

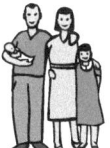

dada

søster

mwili

kropp

paji la uso
panne
jicho
øye
bega
skulder
kidole
finger
uso
fjes
kidevu
hake
mkono
hånd
mguu
ben
matiti
bryst
mkono
arm

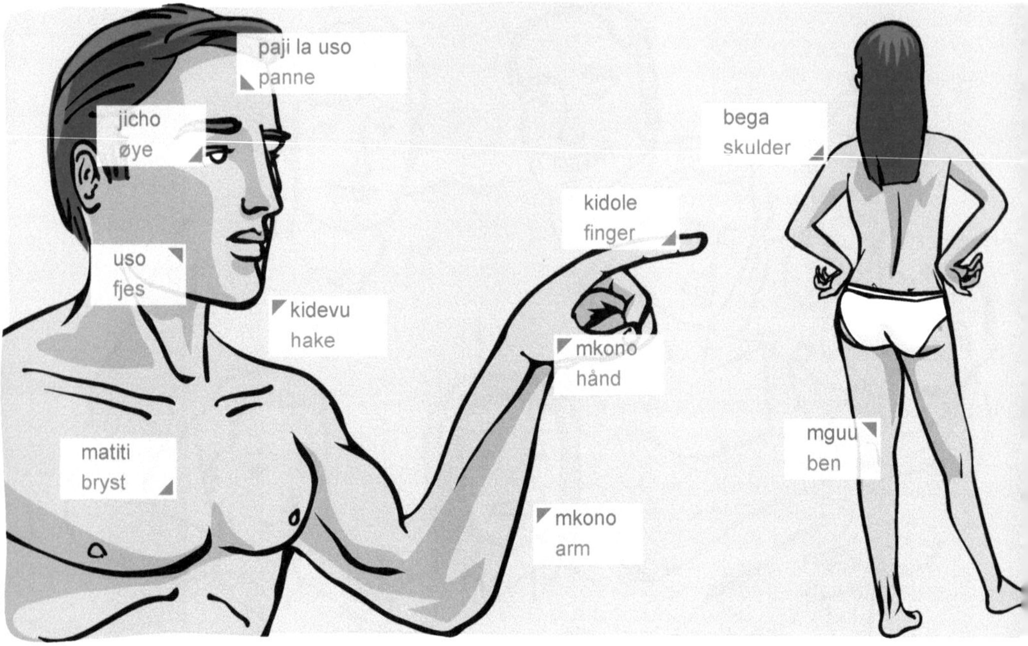

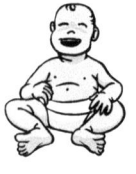

mtoto
baby

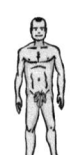

mwanamume
mann

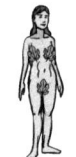

mwanamke
kvinne

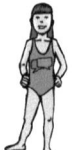

msichana
jente

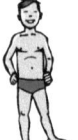

mvulana
gutt

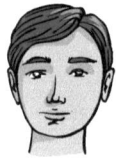

kichwa
hode

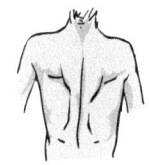

nyuma

rygg

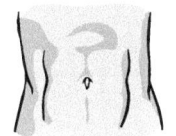

tumbo

mage

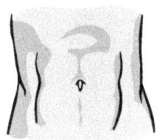

kitovu

navle

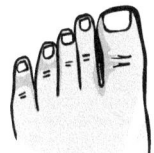

chano

ta

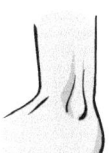

kisigino

hæl

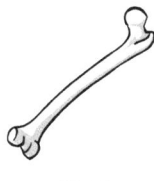

mfupa

bein

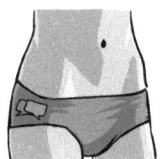

nyonga

hofte

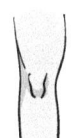

goti

kne

kiwiko

albue

pua

nese

chinı

rumpe

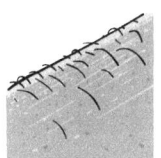

ngozi

hud

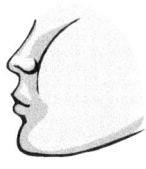

shavu

kinn

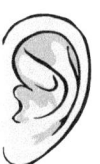

sikio

øre

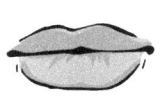

mdomo

leppe

kinywa

munn

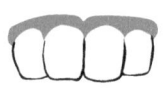

jino

tann

ulimi

tunge

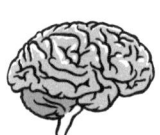

ubongo

hjerne

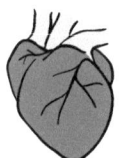

moyo

hjerte

misuli

muskel

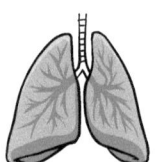

pafu

lunge

ini

lever

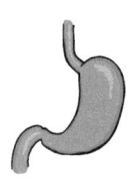

tumbo

magesekk

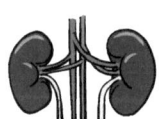

figo

nyrer

jinsia

samleie

kondomu

kondom

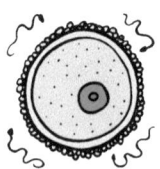

ovari

eggcelle

shahawa

sæd

mimba

graviditet

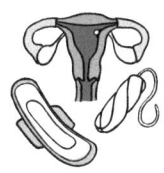

hedhi
menstruasjon

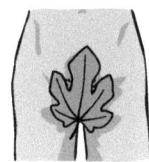

uke
vagina

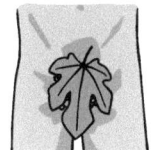

uume
penis

unyusi
øyenbryn

nywele
har

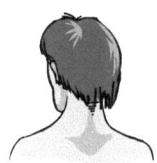

shingo
hals

hospitali
sykehus

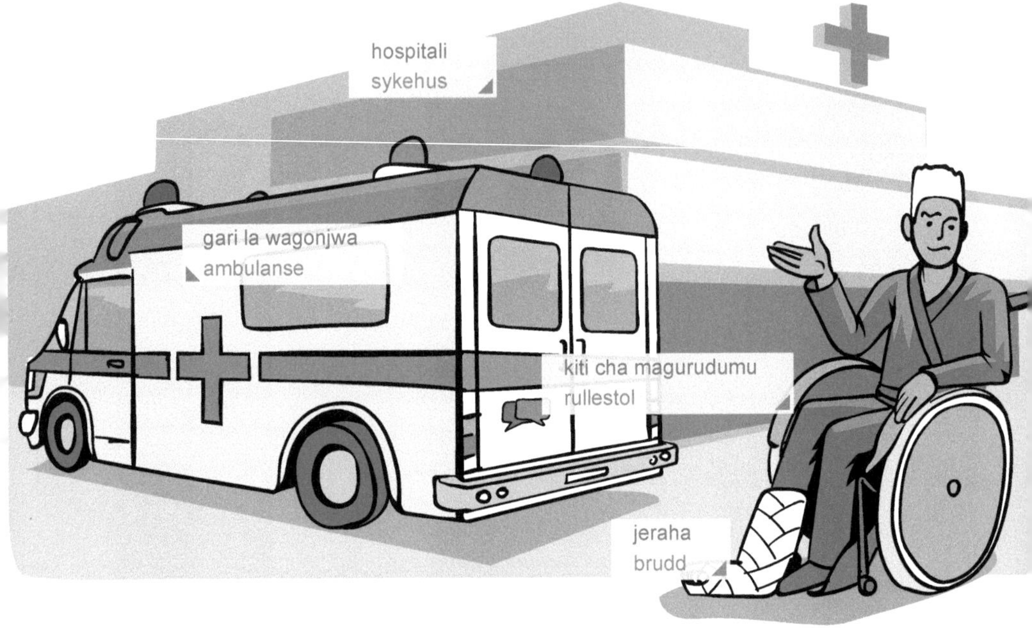

hospitali
sykehus
gari la wagonjwa
ambulanse
kiti cha magurudumu
rullestol
jeraha
brudd

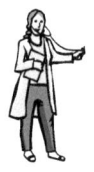

daktari

lege

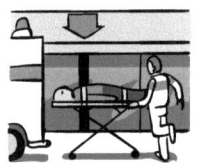

chumba cha dharura

akuttmottak

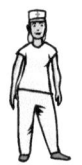

muuguzi

sykepleier

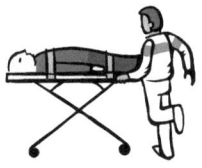

dharura

nødsituasjon

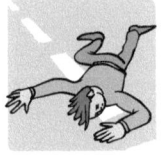

kupoteza fahamu

bevisstløs

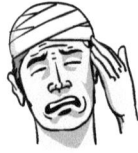

maumivu

smerte

kuumia

skade

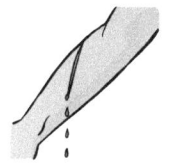

kutokwa na damu

blødning

mshtuko wa moyo

hjerteinfarkt

kiharusi

hjerneslag

mzio

allergi

kikohozi

hoste

homa

feber

mafua

influensa

kuharisha

diaré

maumivu ya kichwa

hodepine

kansa

kreft

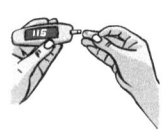

ugonjwa wa kisukari

diabetes

daktari mpasuaji

kirurg

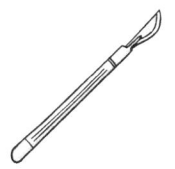

kisu kidogo cha kupasulia

skalpell

operesheni

operasjon

picha changanufu ya mwili

CT

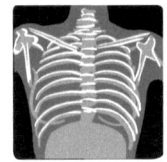

Eksrei

røntgen

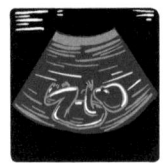

mawimbi sauti

ultralyd

barakoa ya uso

ansiktsmaske

ugonjwa

sykdom

chumba cha kusubiri

venterom

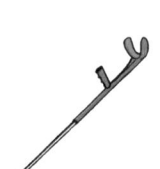

mkongojo

krykke

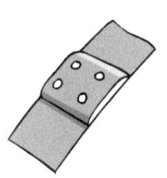

plasta

plaster

bendeji

bandasje

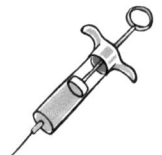

sindano

injeksjon

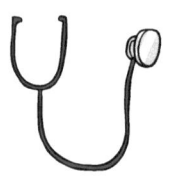

stetoskopu

stetoskop

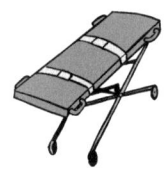

machela

båre

kipimajoto cha kliniki

klinisk termometer

kuzaliwa

fødsel

unene kupita kiasi

overvekt

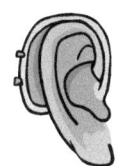

kusikia misaada

høreapparat

kipukusi

desinfeksjonsmiddel

maambukizi

infeksjon

virusi

virus

VVU / UKIMWI

HIV/AIDS

dawa

medisin

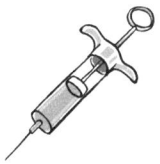

chanjo

vaksinasjon

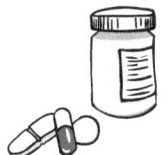

vidonge

tabletter

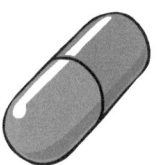

kidonge

pille

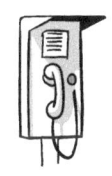

simu ya dharura

nødanrop

haemodainamometa

blodtrykksmaler

mgonjwa / mwenye afya

syk / frisk

Msaada!

Hjelp!

kengele

alarm

pigo

overfall

shambulizi

angrep

hatari

fare

lango la dharura

nødutgang

Moto!

Brann!

kizima moto

brannslukker

ajali

ulykke

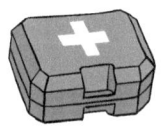

vifaa vya huduma ya kwanza

førstehjelpsskrin

wito wa msaada

SOS

polisi

politi

Ulaya

Europa

Amerika ya Kaskazini

Nord-Amerika

Amerika ya Kusini

Sør-Amerika

Afrika

Afrika

Asia

Asia

Australia

Australia

Atlantiki

Atlanterhavet

Pasifiki

Stillehavet

Bahari ya Hindi

Det indiske hav

Bahari ya Antaktiki

Sørishavet

Bahari ya Aktiki

Nordishavet

Ncha ya Kaskazini

Nordpolen

Ncha ya Kusini

Sydpolen

Antaktika

Antarktis

dunia

jorden

nchi

land

bahari

sjø

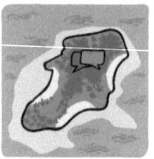

kisiwa

øy

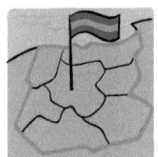

taifa

nasjon

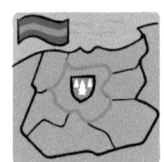

jimbo

stat

uso wa saa

urskive

akrabu ya saa

timeviser

akrabu ya dakika

minuttviser

akrabu ya sekunde

sekundviser

Ni saa ngapi?

Hva er klokken?

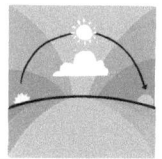

siku

dag

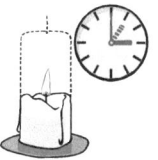

wakati

tid

sasa

na

saa ya dijitali

digitalklokke

dakika

minutt

saa

time

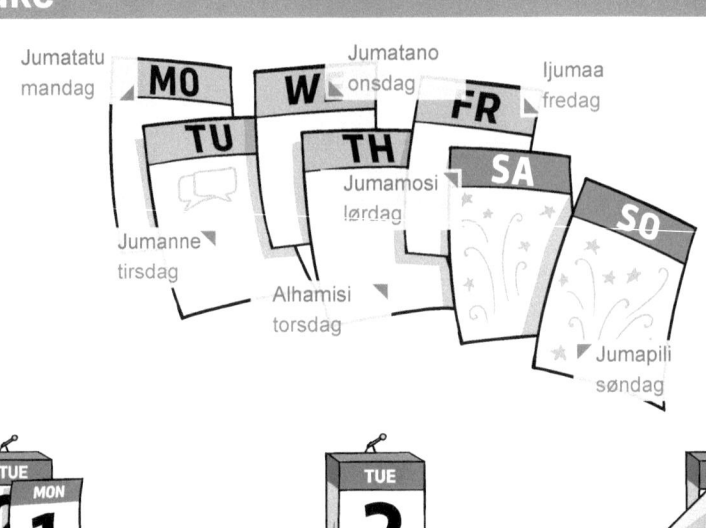

Jumatatu mandag — MO
Jumanne tirsdag — TU
Jumatano onsdag — W
Alhamisi torsdag — TH
Ijumaa fredag — FR
Jumamosi lørdag — SA
Jumapili søndag — SO

jana
i går

leo
i dag

kesho
i morgen

asubuhi
morgen

saa sita mchana
middag

jioni
kveld

siku za biashara
arbeidsdag

mwishoni mwa wiki
helg

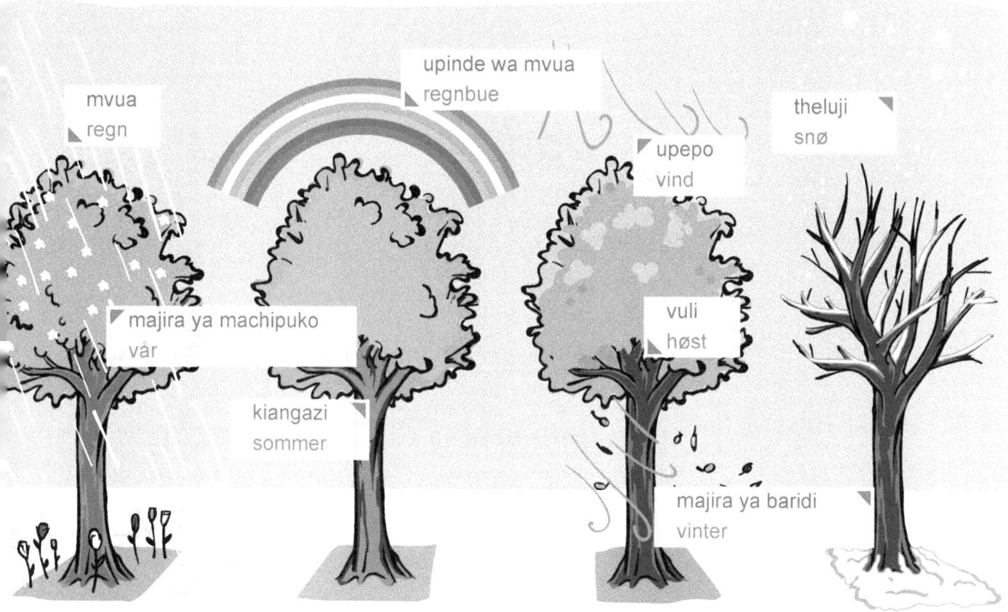

mvua
regn

upinde wa mvua
regnbue

theluji
snø

upepo
vind

majira ya machipuko
vår

vuli
høst

kiangazi
sommer

majira ya baridi
vinter

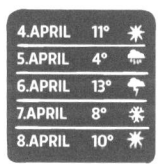

4.APRIL	11°	☀
5.APRIL	4°	🌧
6.APRIL	13°	⛈
7.APRIL	8°	☀
8.APRIL	10°	☀

utabiri wa hali ya hewa

værmelding

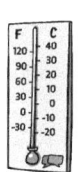

kipimajoto

termometer

mwanga wa jua

solskinn

wingu

sky

ukungu

take

unyevu

luftfuktighet

umeme

lyn

radi

torden

dhoruba

storm

mvua ya mawe

hagl

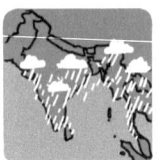

monsuni

monsun

mafuriko

oversvømmelse

barafu

is

Januari

januar

Februari

februar

Machi

mars

Aprili

april

Mei

mai

Juni

juni

Julai

juli

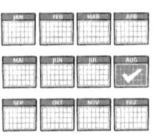

Agosti

august

mwaka - år

Septemba

september

Oktoba

oktober

Novemba

november

Desemba

desember

maumbo
former

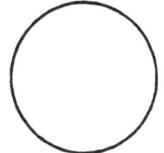

mduara

sirkel

mraba

kvadrat

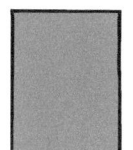

mstatili

rektangel

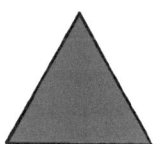

pembetatu

triangel

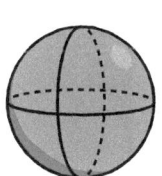

nyanja

kule

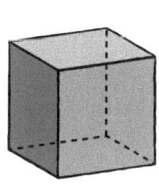

mchemraba

kube

nyeupe

hvit

manjano

gul

chungwa

oransj

rangi ya waridi

rosa

nyekundu

rød

hudhurungi

lilla

bluu

blå

kijani

grønn

hanja

brun

jivujivu

grå

nyeusi

svart

mengi / kidogo

mye / lite

hasira / pole

sint / rolig

nzuri / mbaya

pen / stygg

mwanzo / mwisho

start / slutt

kubwa / ndogo

stor / liten

angavu / giza

lys / mørk

kaka / dada

bror / søster

safi / chafu

ren / skitten

kamilika / tokamilika

fullstendig / ufullstendig

siku / usiku

dag / natt

wafu / hai

død / levende

pana / nyembamba

bred / smal

kulika / kutolika

spiselig / uspiselig

ovu / ema

ond / snill

sisimkwa / udhika

begeistret / lei

nene / nyembamba

tykk / tynn

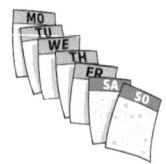

kwanza / mwisho

først / sist

rafiki / adui

venn / fiende

jaa / tupu

full / tom

ngumu / laini

hard / myk

nzito / nyepesi

tung / lett

njaa / kiu

sulten / tørst

mgonjwa / mwenye afya

syk / frisk

haramu / kisheria

ulovlig / lovlig

akili / kijinga

intelligent / dum

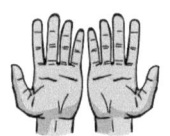

kushoto / kulia

venstre / høyre

karibu / mbali

nære / langt unna

mpya / kutumika

ny / brukt

kitu / jambo

ingenting / noe

zee / changa

gammel / ung

waka / zima

på / av

wazi / fungwa

apen / stengt

utulivu / kelele

lavt / høyt

tajiri / masikini

rik / fattig

sahihi / kosa

riktig / feil

mbaya / laini

ru / glatt

huzunika / furahia

trist / glad

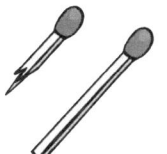

fupi /ndefu

kort / lang

polepole / haraka

langsom / rask

nyevu / kavu

vått / tørt

joto / baridi

varm / lunken

vita / amani

krig / fred

0

sufuri

null

1

moja

en

2

mbili

to

3

tatu

tre

4

nne

fire

5

tano

fem

6

sita

seks

7

saba

sju

8

nane

atte

9

tisa

ni

10

kumi

ti

11

kumi na moja

elleve

12

kumi na mbili

tolv

13

kumi na tatu

tretten

14

kumi na nne

fjorten

15

kumi na tano

femten

16

kumi na sita

seksten

17

kumi na saba

sytten

18

kumi na nane

atten

19

kumi na tisa

nitten

20

ishirini

tjue

100

mia

hundre

1.000

elfu

tusen

1.000.000

milioni

million

nambari - tall

Kiingereza

engelsk

Kiingereza cha Marekani

amerikansk engelsk

Kimandarini cha Uchina

mandarin

Kihindi

hindi

Kihispania

spansk

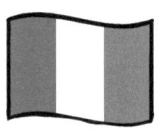

Kifaransa

fransk

Kiarabu

arabisk

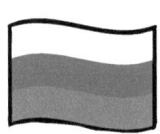

Kirusi

russisk

Kireno

portugisisk

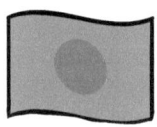

Kibengali

bengali

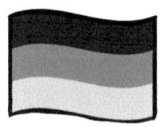

Kijerumani

tysk

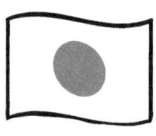

Kijapani

japansk

mimi

jeg

wewe

du

yeye / yeye / ni

han / hun / det

sisi

vi

wewe

dere

wao

de

nani?

hvem?

nini?

hva?

jinsi gani?

hvordan?

wapi?

hvor?

lini?

nar?

jina

navn

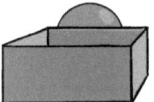

nyuma

bakom

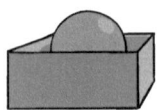

katika

i

mbele ya

foran

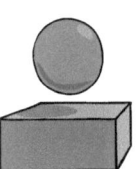

juu ya

over

kwenye

på

chini ya

under

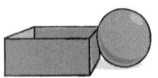

kando

ved siden av

kati

mellom

mahali

sted